Impressum
Verlag: BABADADA GmbH, Nedderfeld 112 , 22529 Hamburg
Geschäftsführer / Verlagsleitung: Harald Hof
Druck: Books on Demand GmbH, In de Tarpen 42, 22848 Norderstedt

Imprint
Publisher: BABADADA GmbH, Nedderfeld 112 , 22529 Hamburg, Germany
Managing Director / Publishing direction: Harald Hof
Print: Books on Demand GmbH, In de Tarpen 42, 22848 Norderstedt

trường học

shule

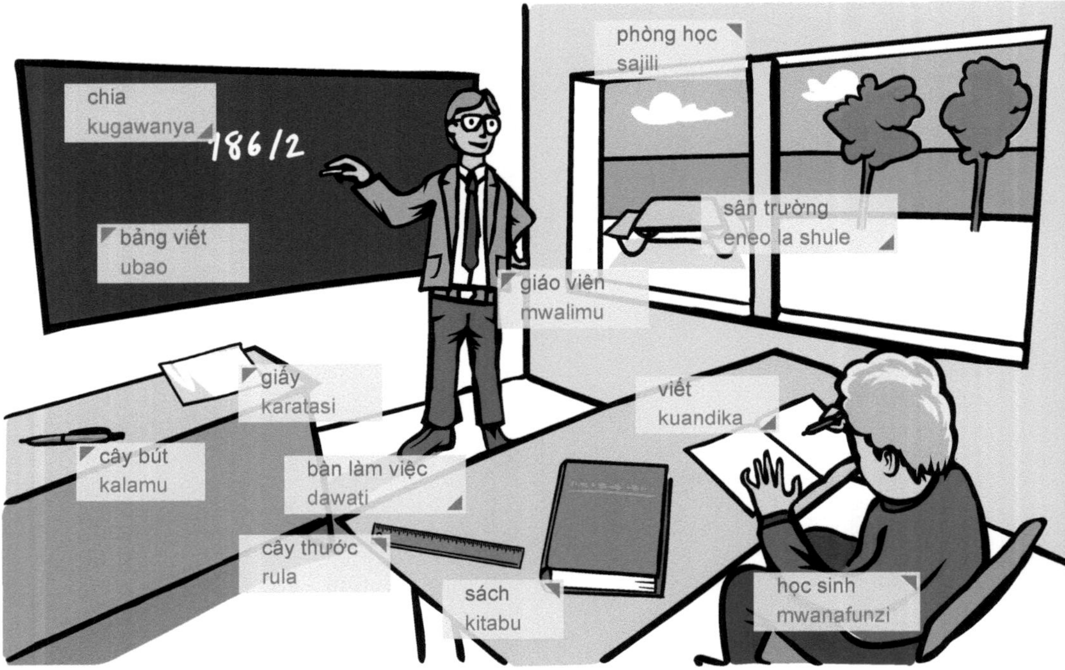
phòng học
sajili
chia
kugawanya
186/2
bảng viết
ubao
sân trường
eneo la shule
giáo viên
mwalimu
giấy
karatasi
viết
kuandika
cây bút
kalamu
bàn làm việc
dawati
cây thước
rula
sách
kitabu
học sinh
mwanafunzi

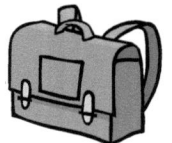

cặp đeo vai học sinh

mkoba

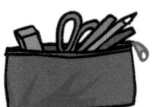

hộp đựng bút

kikasha cha penseli

bút chì

penseli

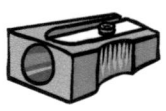

cái gọt bút chì

kichonga penseli

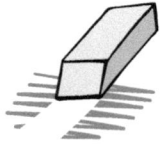

cục tẩy

mpira

tập giấy vẽ

pedi ya kuchora

bản vẽ

uchoraji

cọ vẽ

brashi ya rangi

hộp mực vẽ

sanduku la rangi

cây kéo

mkasi

keo dán

gundi

sách bài tập

daftari

bài tập ở nhà

kazi ya nyumbani

số

nambari

cộng

jumlisha

trừ

ondoa

nhân

zidisha

tính toán

kokotoa

chữ cái

barua

bảng chữ cái

alfabeti

từ

neno

văn bản
maandishi

đọc
kusoma

phấn viết
chaki

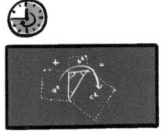

bài học
somo

sổ lớp
sajili

thi kiểm tra
uchunguzi

chứng chỉ
cheti

đồng phục học sinh
sare za shule

giáo dục
elimu

từ điển bách khoa
elezo

đại học
chuo kikuu

kính hiển vi
darubini

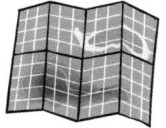

bản đồ
ramani

thùng rác giấy
kikapu cha kuweka karatasi
chafu

du lịch
usafiri

khách sạn
hoteli
Grand
nhà trọ
hosteli
ROOMS
EXCHANGE
quầy đổi tiền
ofisi ya ubadilishanaji
va li
sanduku
xe ô tô
gari

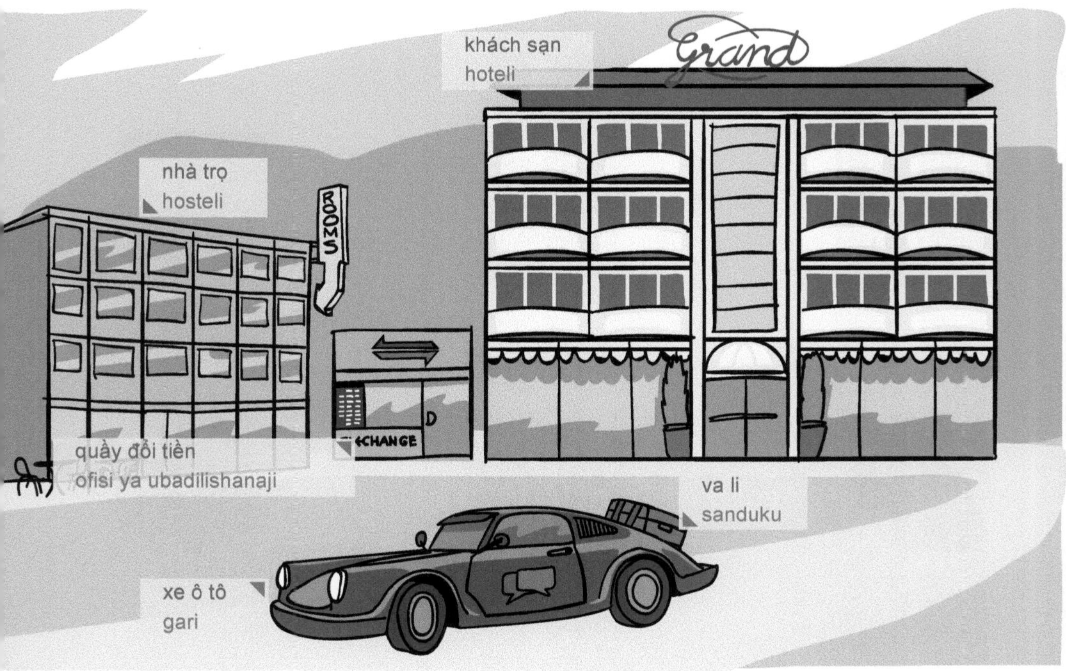

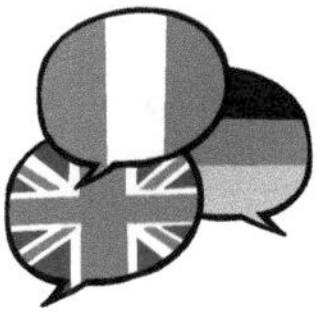

ngôn ngữ

lugha

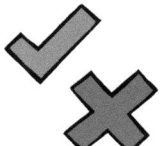

có / không

ndiyo / la

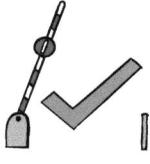

ô kê

sawa

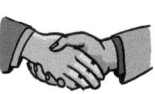

Xin chào

hujambo

thông dịch viên

mtafsiri

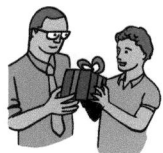

cám ơn

Asante

... bao nhiêu tiều?

kiasi gani ni ...?

tôi không hiểu

Sielewi

vấn đề

tatizo

Xin chào! (buổi tối)

Jioni njema!

xin chào! (buổi sáng)

Habari za asubuhi!

chúc ngủ ngon!

Usiku mwema!

tạm biệt

kwa heri

hướng đi

mwelekeo

hành lý

mizigo

túi xách

mfuko

túi ba lô

shanta

khách

mgeni

phòng

chumba

túi ngủ

begi la kulalia

lều

hema

thông tin du lịch

taarifa ya utalii

bãi biển

ufuo

thẻ tín dụng

kadi

ăn sáng

kifunguakinywa

ăn trưa

chakula cha mchana

ăn tối

chakula cha jioni

vé xe

tiketi

thang máy

kuinua

tem bưu điện

muhuri

biên giới

mpaka

hải quan

mila

đại sứ quán

ubalozi

thị thực

visa

hộ chiếu

pasipoti

vận chuyển
usafiri

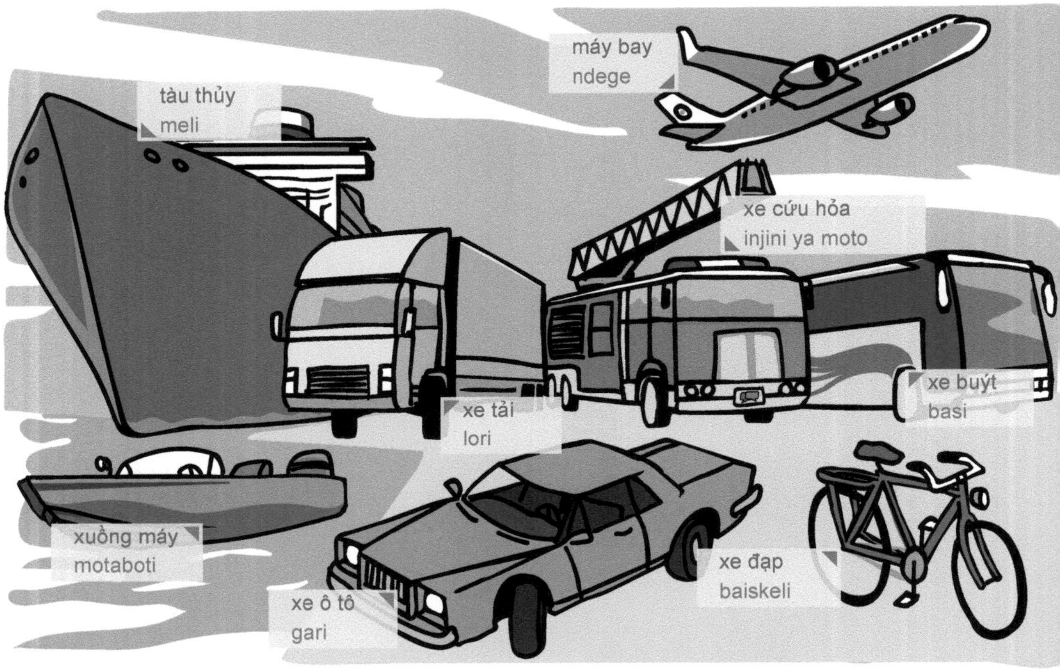

máy bay
ndege
tàu thủy
meli
xe cứu hỏa
injini ya moto
xe buýt
basi
xe tải
lori
xuồng máy
motaboti
xe đạp
baiskeli
xe ô tô
gari

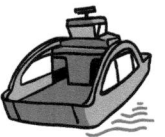

phà
feri

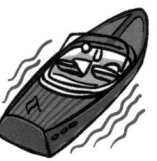

xuồng
mashua

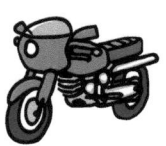

xe máy
pikipiki

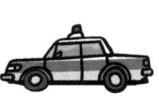

xe cảnh sát
gari la polisi

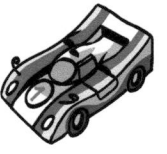

xe đua
gari la mashindano

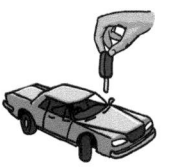

xe cho thuê
gari la kukodisha

dịch vụ thuê xe tự lái

kushiriki gari

xe kéo cứu hộ

lori la kuvuta

xe rác

ukusanyaji taka

động cơ

motor

xăng

mafuta

trạm xăng

kituo cha mafuta

biển báo giao thông

ishara trafiki

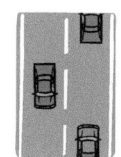

giao thông

trafiki

ách tắc giao thông

msongamano

bãi đậu xe

maegesho

nhà ga

kituo cha treni

đường ray

reli

xe lửa

garimoshi

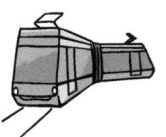

tàu điện

tremu

toa xe

gari la mizigo

máy bay trực thăng

helikopta

sân bay

uwanja wa ndege

tháp

mnara

hành khách

abiria

côngtenơ

chombo

thùng các-tông

katoni

xe đẩy

mkokoteni

cái giỏ

kikapu

cất cánh / hạ cánh

ondoka

thành phố

jiji

làng

kijiji

trung tâm thành phố

katikati ya jiji

nhà

nyumba

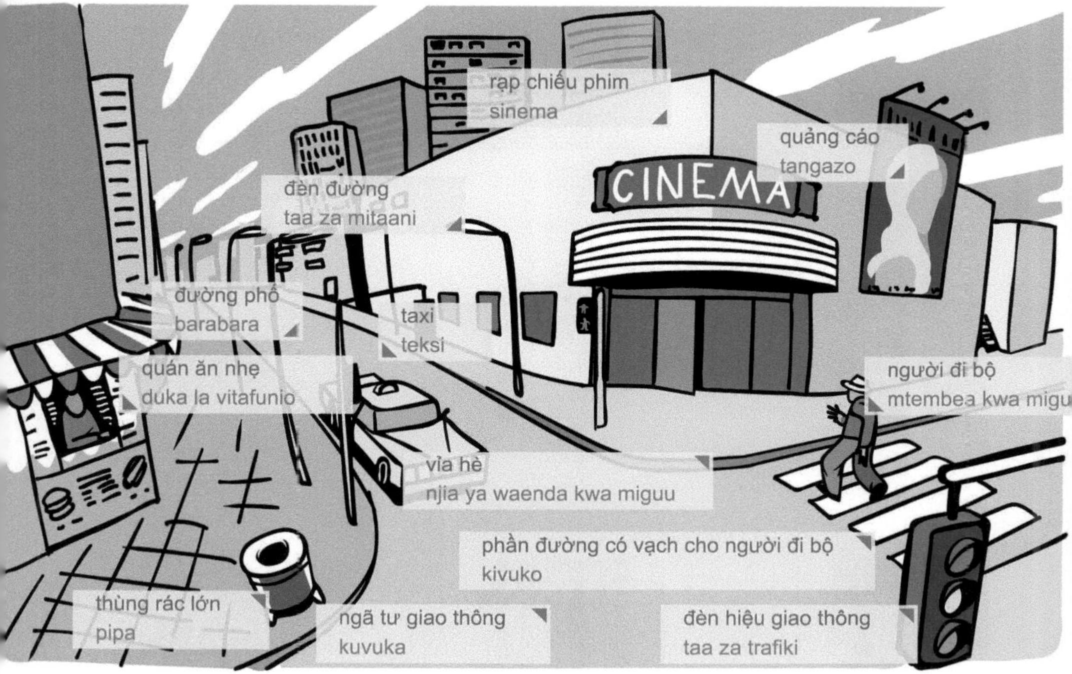
rạp chiếu phim
sinema
quảng cáo
tangazo
CINEMA
đèn đường
taa za mitaani
đường phố
barabara
taxi
teksi
quán ăn nhẹ
duka la vitafunio
người đi bộ
mtembea kwa migu
vỉa hè
njia ya waenda kwa miguu
phần đường có vạch cho người đi bộ
kivuko
thùng rác lớn
pipa
ngã tư giao thông
kuvuka
đèn hiệu giao thông
taa za trafiki

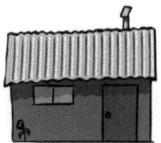

nhà chòi

kibanda

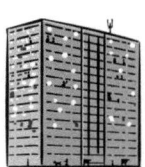

căn hộ

gorofa

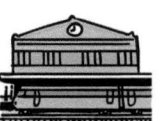

nhà ga

kituo cha treni

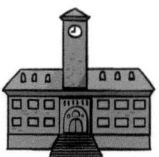

tòa thị chính

ukumbi wa mji

MUSEUM

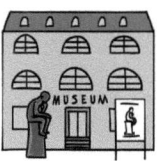

viện bảo tàng

Makavazi

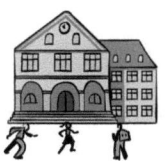

trường học

shule

đại học

chuo kikuu

ngân hàng

benki

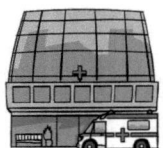

bệnh viện

hospitali

khách sạn

hoteli

hiệu thuốc

duka la dawa

văn phòng

ofisi

hiệu sách

duka la kitabu

cửa hiệu

duka

cửa hiệu bán hoa

duka la maua

siêu thị

dukakuu

chợ

soko

cửa hàng bách hóa

idara ya kuhifadhi

người bán cá

mwuza samaki

trung tâm mua bán

kituo cha ununuzi

bến cảng

bandari

công viên
Hifadhi

ghế băng
benki

cầu
daraja

cầu thang
vidato

tàu điện ngầm
chini ya ardhi

đường hầm
handaki

trạm xe buýt
kituo cha mabasi

quán bar
bar

khách sạn
mgahawa

hòm thư công cộng
sanduku la posta

bảng hiệu đường
ishara ya barabara

đồng hồ đậu xe
mita ya maegesho

vườn bách thú
bustani ya wanyama

bể bơi
kidimbwi cha kuogelea

nhà thờ Hồi giáo
msikiti

nông trại
shamba

ô nhiễm môi trường
uchafuzi

nghĩa trang
makaburini

nhà thờ
kanisa

sân chơi
uwanja wa michezo

ngôi đền
hekalu

phong cảnh
mazingira

lá cây
jani

bảng chỉ đường
ishara ya mwelekeo

lối đi
njia

bãi cỏ
malisho

hòn đá
jiwe

người đi bộ đường dài
mtembeaji wa masafa

cây
mti

sông
mto

cỏ
nyasi

bông hoa
ua

thung lũng

bonde

đồi

kilima

hồ nước

ziwa

rừng

msitu

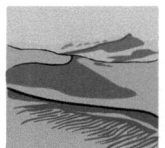

sa mạc

jangwa

núi lửa

volkano

lâu đài

ngome

cầu vồng

upinde wa mvua

nấm

uyoga

cây cọ

mtende

con muỗi

mbu

con ruồi

kuruka

con kiến

chungu

con ong

nyuki

con nhện

buibui

bọ cánh cứng

mende

con ếch

chura

con sóc

kuchakuro

con nhím

nungunungu

con thỏ

sungura

con cú

bundi

con chim

ndege

thiên nga

swan

heo rừng

nguruwe mwitu

con hươu

kulungu

nai sừng tấm

aina ya kongoni

đê

bwawa

tuabin gió

tabo ya upepo

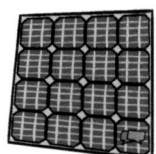

tấm năng lượng mặt trời

nishaji ya jua

khí hậu

hali ya hewa

bồi bàn
mhudumu

thực đơn
menyu

ghế
kiti

súp
supu

bánh pizza
piza

khăn trải bàn
kitambaa cha mezani

bộ dao nĩa ăn
vilia

món ăn khai vị

kiamsha hamu

món ăn chính

kozi kuu

món tráng miệng

kitindamlo

thức uống

vinywaji

thức ăn

chakula

cái chai

chupa

thức ăn nhanh

chakula cha haraka

thức ăn đường phố

Streetfood

ấm trà

buli

hộp đường

kisanduku cha sukari

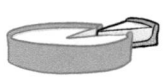

khẩu phần

sehemu

máy pha espresso

mashine ya espresso

ghế cao

kiti kirefu

hóa đơn

muswada

khay

trei

dao

kisu

nĩa

uma

thìa

kijiko

thìa uống trà

kijiko cha chai

khăn ăn

nepi

cốc thủy tinh

glasi

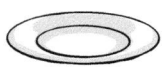

đĩa

sahani

đĩa súp

sahani ya supu

đĩa lót cốc

sufuria

nước sốt

mchuzi

lọ muối

kichanyaji chumvi

cái xay tiêu

kinu cha pilipili

giấm

siki

dầu

mafuta

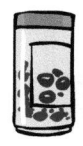

gia vị

viungo

nước xốt cà chua

kechapu

tương hạt cải

haradali

nước sốt mayonnaise

kachumbari nzito

siêu thị

dukakuu

chào giá đặc biệt
ofa maalum
FOR
khách hàng
mteja
sản phẩm từ sữa
maziwa
trái cây
matunda
xe đẩy mua sắm
toroli

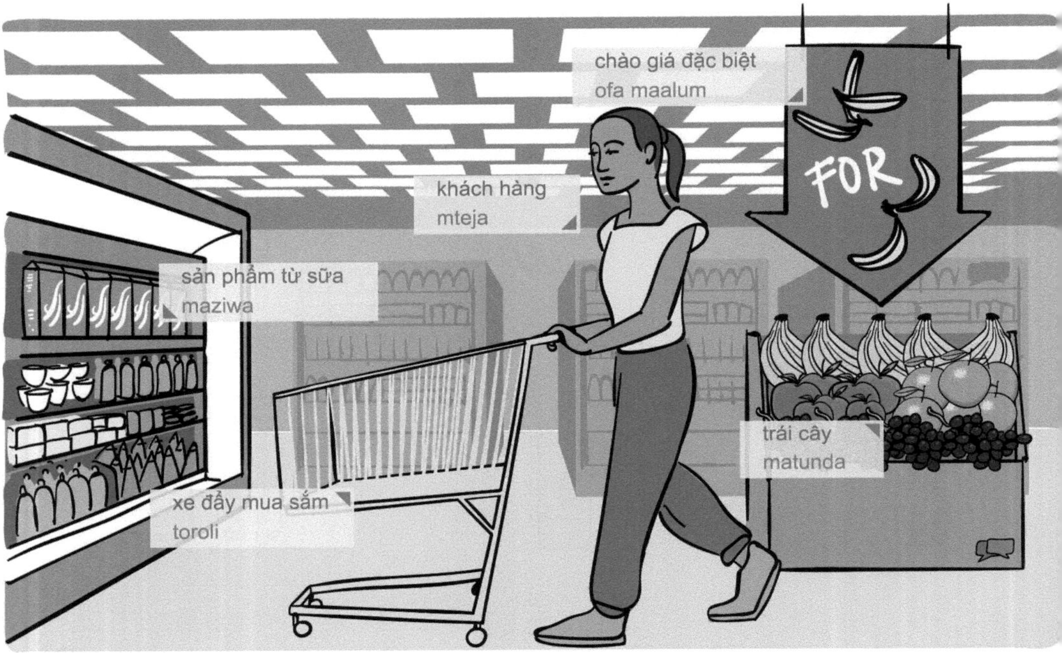

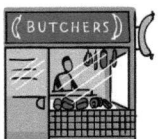

BUTCHERS

lò mổ

mchinjaji

BAKERY

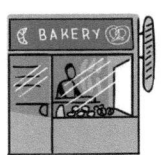

cửa hiệu bán bánh mì

mwokaji

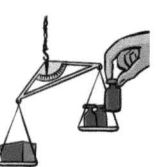

cân nặng

uzito

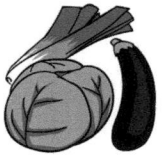

rau quả

mboga

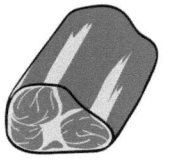

thịt

nyama

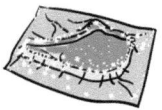

thức ăn đông lạnh

chakula waliohifadhiwa

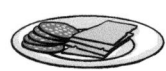

lát thịt nguội

vipande vya nyama baridi

đồ hộp

chakula cha kopo

bột giặt

sabuni ya unga

đồ ngọt

pipi

sản phẩm dùng trong gia đình

bidhaa za kaya

chất tẩy rửa

bidhaa za kusafisha

người bán hàng

mtu mauzo

quầy trả tiền

mpaka

nhân viên thu ngân

keshia

danh sách mua sắm

orodha ya manunuzi

giờ mở cửa

masaa ya ufunguzi

ví tiền

mkoba

thẻ tín dụng

kadi

túi đeo

mfuko

túi ny lông

mfuko wa plastiki

nước

maji

nước quả ép

sharubati

sữa

maziwa

coca-cola

coke

rượu vang

mvinyo

bia

bia

cồn

pombe

cacao

kakao

trà

chai

cà phê

kahawa

espresso

spreso

cappuccino

kapuchino

chuối

ndizi

quả táo

tufaha

quả cam

machungwa

dưa hấu

tikiti

chanh

lemon

cà rốt

karoti

tỏi

kitunguu saumu

tre

mianzi

củ hành

kitunguu

nấm

uyoga

hạt dẻ

karanga

mì

nudo

mì spaghetti

spageti

cơm

mpunga

xà lách

saladi

khoai tây chiên

vibanzi

khoai tây chiên

viazi vya kukaanga

bánh pizza

piza

bánh hamburger

hambaga

bánh mì sandwich

sandwichi

thịt côtlet

kipande

thịt giăm bông

paja la mnyama

xúc xích

salami

dồi

soseji

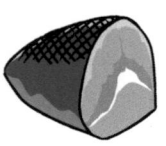

gà

kuku

rán

choma

cá

samaki

cháo yến mạch

oats ya uji

cháo muesli

muesli

bánh bột ngô nướng

cornflakes

bột mì

unga

bánh sừng bò

kroisanti

bánh mì

andazi

bánh mì

mkate

bánh mì nướng

mkate wa kubanika

bánh bích quy

biskuti

bơ

siagi

sữa đông

maziwa mgando

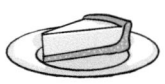

bánh ngọt

keki

trứng

yai

trứng rán

yai kukaanga

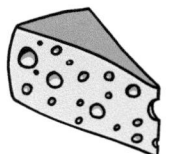

pho mát

jibini

kem

aiskrimu

đường

sukari

mật ong

asali

mứt

jemu

kem nougat

kuenea kwa chokoleti

cà ri

mchuzi wa viungo

nông trại
shamba

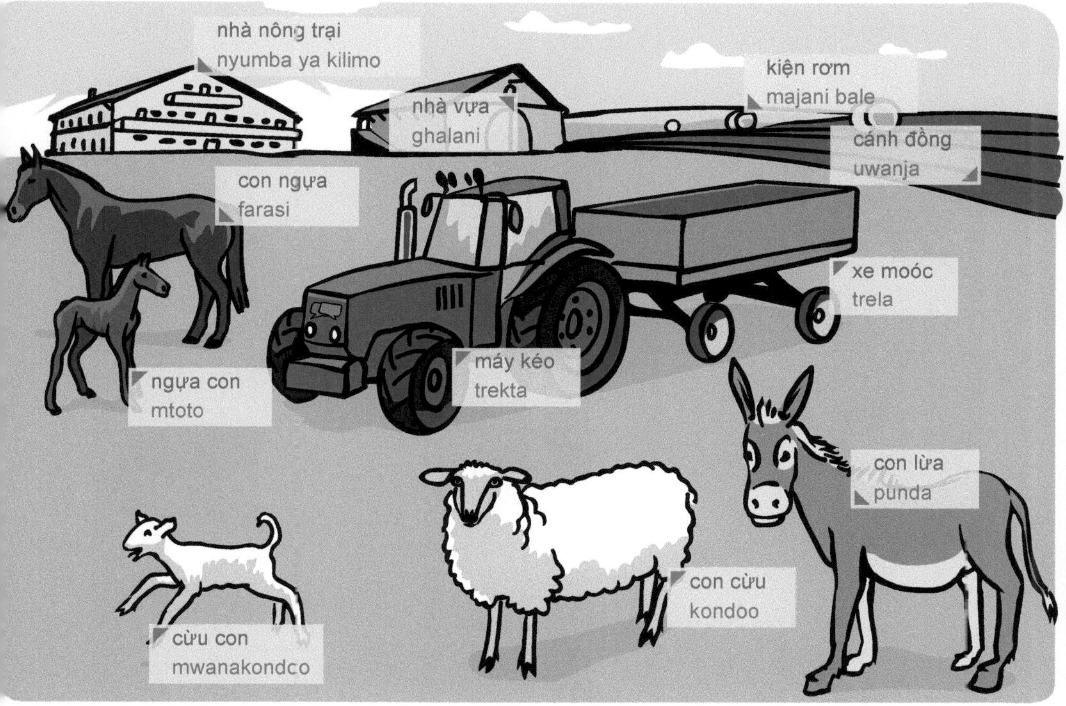
nhà nông trại
nyumba ya kilimo
kiện rơm
majani bale
nhà vựa
ghalani
cánh đồng
uwanja
con ngựa
farasi
xe moóc
trela
máy kéo
trekta
ngựa con
mtoto
con lừa
punda
con cừu
kondoo
cừu con
mwanakondoo

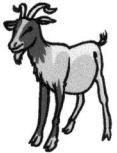

con dê

mbuzi

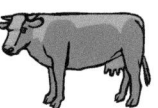

con bò

ng'ombe

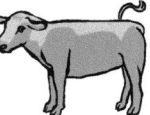

con bê

ndama

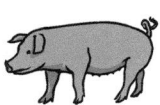

con lợn

nguruwe

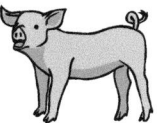

lợn con

mwananguruwe

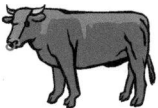

bò đực

fahali

con ngỗng
batabukini

con vịt
bata

gà con
kifaranga

gà mái
kuku

gà trống
jogoo

con chuột
panya

mèo
paka

chuột nhắt
panya

bò đực
ng'ombe

con chó
mbwa

nhà chuồng chó
nyumba ya mbwa

ống tưới vườn cây
bomba la bustani

thùng tưới cây
debe la kumwagilia maji

lưỡi hái
fyekeo

cái cày
kulima

cái liềm

mundu

cái cuốc

jembe

cái chĩa

uma wa nyasi

cái rìu

shoka

xe cút kít

toroli

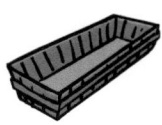

máng ăn

kupitia nyimbo

lọ sữa

chombo cha maziwa

bao tải

gunia

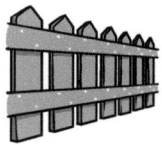

hàng rào

ua

chuồng

imara

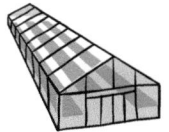

nhà kính trồng cây

chafu

đất trồng

udongo

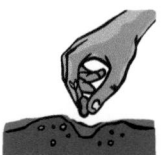

hạt giống

mbegu

phân bón

mbolea

máy gặt đập liên hợp

kivunaji

thu hoạch
mavuno

mùa thu hoạch
mavuno

khoai lang
viazi vikuu

lúa mì
ngano

đậu nành
soya

khoai tây
viazi

ngô
mahindi

hạt cải dầu
rapa

cây ăn trái
mti wa matunda

sắn
muhogo

ngũ cốc
nafaka

nhà

nyumba

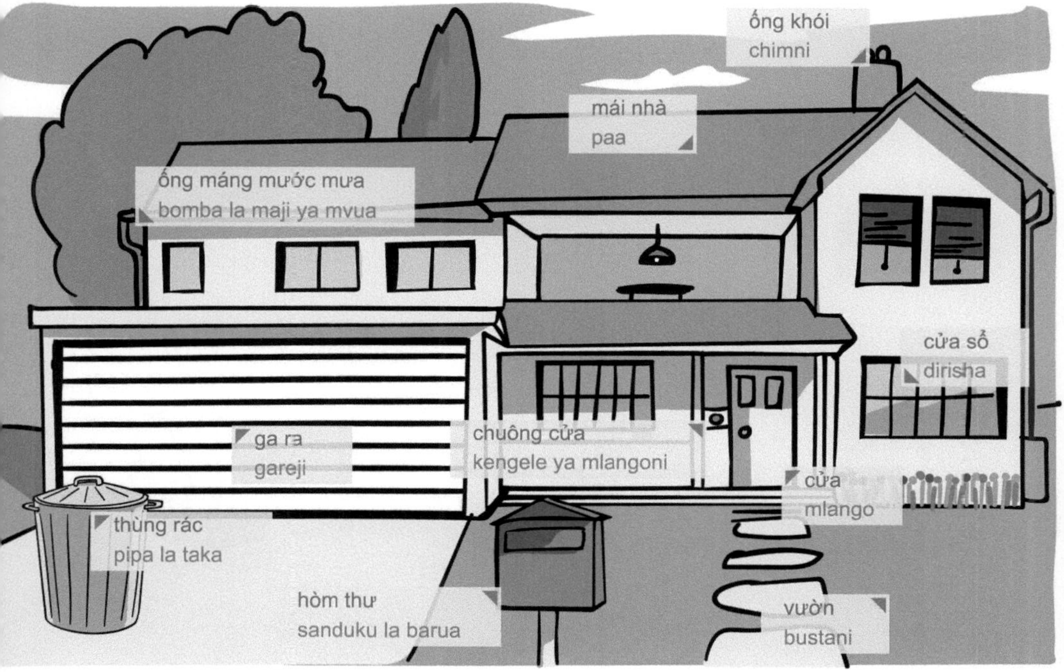
ống khói
chimni
mái nhà
paa
ống máng mước mưa
bomba la maji ya mvua
cửa sổ
dirisha
ga ra
gareji
chuông cửa
kengele ya mlangoni
cửa
mlango
thùng rác
pipa la taka
hòm thư
sanduku la barua
vườn
bustani

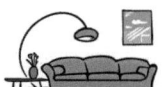

phòng khách

sebuleni

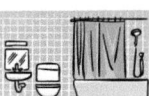

phòng tắm

bafu

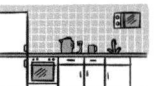

bếp

jikoni

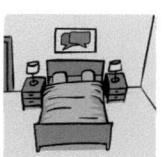

phòng ngủ

chumba cha kulala

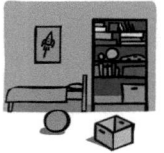

phòng trẻ em

chumba ya mtoto

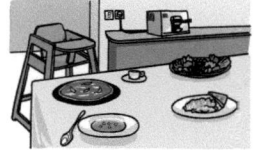

phòng ăn

chumba cha kulia

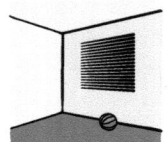

nền nhà
sakafu

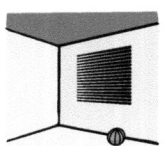

tường
ukuta

trần nhà
dari

tầng hầm
pishi

tắm hơi
sauna

ban công
roshani

sân hiên
mtaro

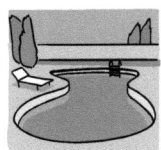

bể bơi
kidimbwi

máy cắt cỏ
mashine ya kukata nyasi

khăn trải giường
karatasi

khăn trải giường
kitambaa cha kupamba
kitanda

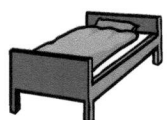

giường
kitanda

chổi
ufagio

cái xô
ndoo

công tắc điện
kubadili

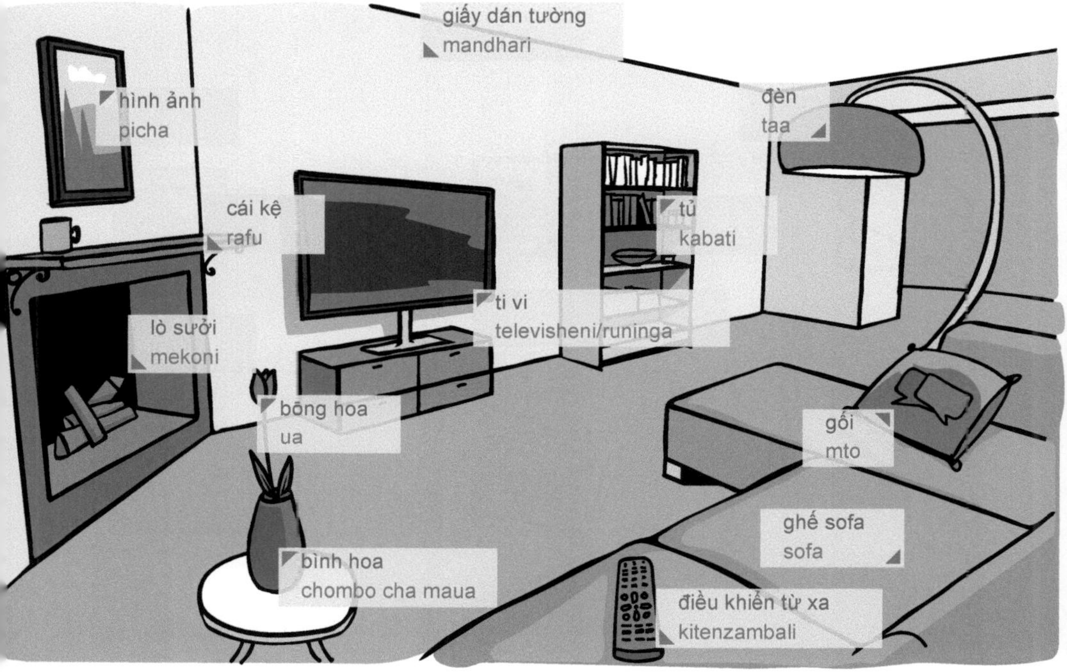

giấy dán tường
mandhari

hình ảnh
picha

đèn
taa

cái kệ
rafu

tủ
kabati

lò sưởi
mekoni

ti vi
televisheni/runinga

bông hoa
ua

gối
mto

ghế sofa
sofa

bình hoa
chombo cha maua

điều khiển từ xa
kitenzambali

thảm

zulia

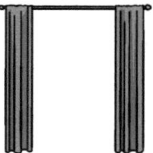

rèm

pazia

cái bàn

meza

ghế

kiti

ghế bập bênh

kiti cha bembea

ghế bành

armchair

sách

kitabu

cái chăn

blanketi

đồ trang trí

mapambo

củi

kuni

phim

filamu

máy hi-fi

kifaa cha hi-fi

chìa khóa

ufunguo

báo

gazeti

bức tranh

uchoraji

áp phích

bango

radio

redio

sổ ghi chép

daftari

máy hút bụi

kifyonza

cây xương rồng

dungusi kakati

cây nến

mshumaa

bếp
jikoni

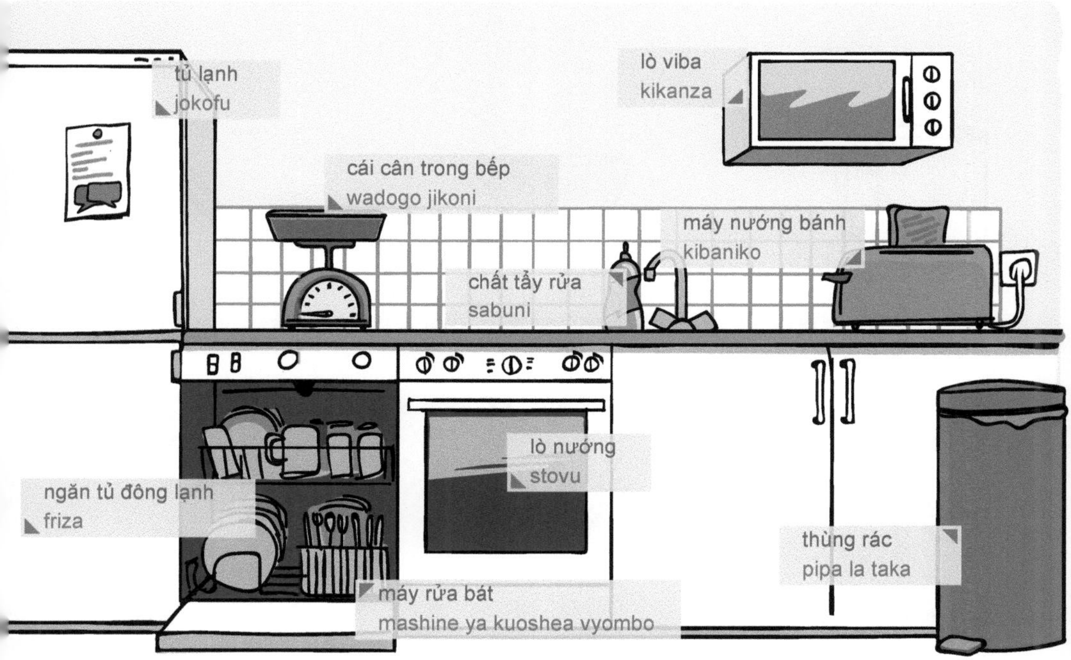

tủ lạnh
jokofu
lò viba
kikanza
cái cân trong bếp
wadogo jikoni
máy nướng bánh
kibaniko
chất tẩy rửa
sabuni
lò nướng
stovu
ngăn tủ đông lạnh
friza
thùng rác
pipa la taka
máy rửa bát
mashine ya kuoshea vyombo

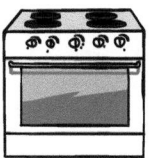

lò nấu

jiko la kupika

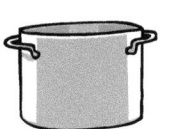

nồi

chungu

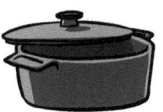

nồi sắt

sufuria ya chuma

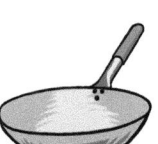

chảo

wok / kadai

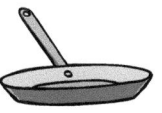

chảo

kaango

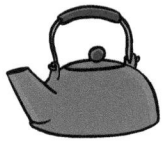

ấm đun nước

birika

nồi đun hơi

stima

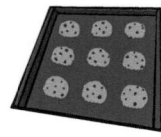

khay lò nướng

sinia ya kuoka

bát đĩa

vyombo vya udongo

cốc

kombe

cái bát

bakuli

đũa

vijiti vya kulia

cái vá

ukawa

bàn xẻng

mwiko mpana

que đánh kem

burashi

rây dùng trong bếp

kichujio

cái rây lọc

chujio

cái nạo

mbuzi

vữa

chokaa

vỉ nướng

barbeque

ngọn lửa trần

moto wazi

cái thớt

ubao wa majaribio

trục cán bột

kijiti cha kusukuma unga

cái mở nút chai

kizibuo

vỏ đồ hộp

kopo

cái mở vỏ đồ hộp

inaweza kopo

miếng nhấc nồi

kishikio cha chungu

bồn rửa bát

karo

bàn chải

brashi

miếng xốp

sifongo

máy xay

kisagaji matunda

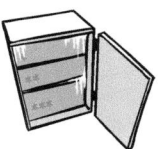

tủ đông lạnh

friji ya kina

bình sữa cho trẻ sơ sinh

chupa ya mtoto

vòi nước

bomba

phòng tắm

bafu

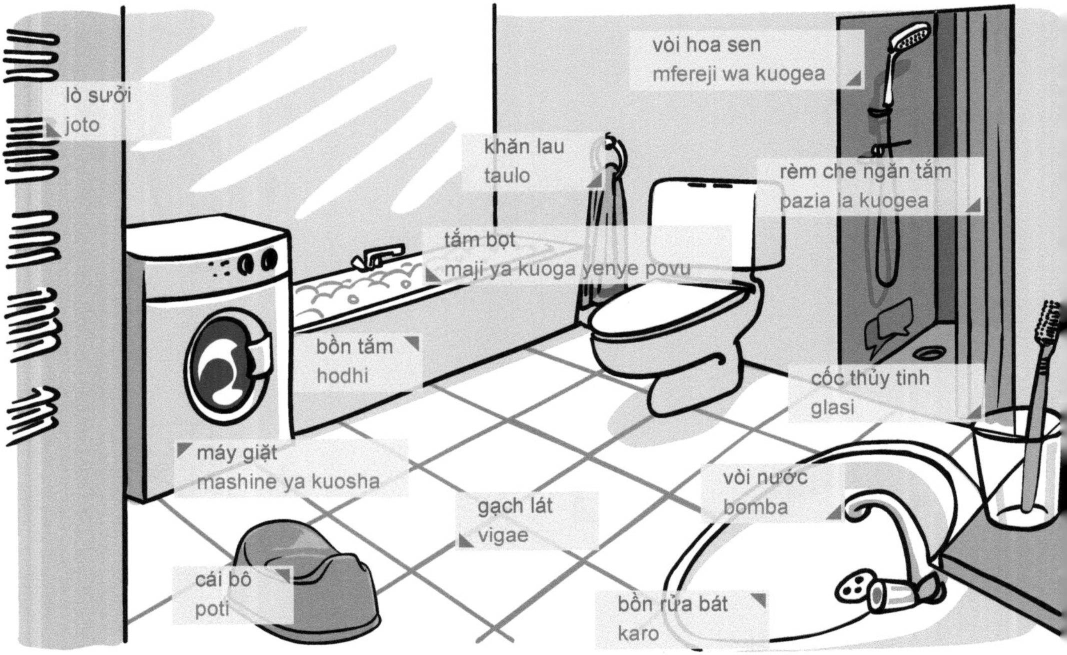

vòi hoa sen
mfereji wa kuogea
lò sưởi
joto
khăn lau
taulo
rèm che ngăn tắm
pazia la kuogea
tắm bọt
maji ya kuoga yenye povu
bồn tắm
hodhi
cốc thủy tinh
glasi
máy giặt
mashine ya kuosha
vòi nước
bomba
gạch lát
vigae
cái bô
poti
bồn rửa bát
karo

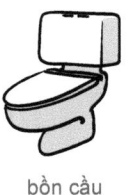

bồn cầu

choo

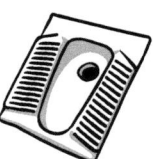

bồn cầu ngồi xổm

choo cha squat

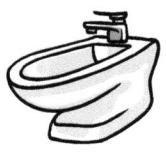

bồn rửa hậu môn

beseni la mviringo

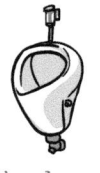

bồn tiểu tiện

choo cha umma

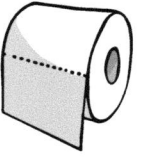

giấy vệ sinh

shashi

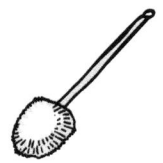

bàn chải cọ bồn cầu

brashi ya choo

bàn chải đánh răng

mswaki

kem đánh răng

dawa ya meno

chỉ nha khoa

dawa ya meno

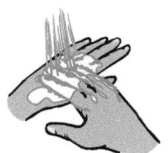

rửa

safisha

vòi sen cầm tay

kuoga mkono

vòi rửa hậu môn

msukumo wa maji

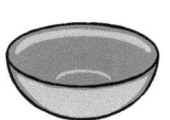

bồn rửa

bonde

bàn chải cọ lưng

mpako wa pili

xà phòng

sabuni

sữa tắm

jeli ya kuogea

dầu gội

shampuu

khăn cọ để tắm

flana

lỗ thoát nước

toa maji

kem

krimu

chất khử mùi

kiondoa harufu

gương
kioo

gương tay
kioo mkono

dao cạo râu
kinyozi

kem cạo râu
povu la kunyoa

nước thơm dùng sau khi cạo râu
baada ya kunyoa

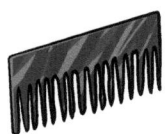

cái lược
kichana

bàn chải
brashi

máy xấy tóc
kikausha nywele

keo xịt tóc
marashi ya nyewele

đồ trang điểm
vipodozi

thỏi son môi
kidomwa

sơn bôi móng
varnish ya msumari

bông
pamba

kéo cắt móng
mkasi wa kucha

nước hoa
manukato

túi đựng đồ tắm

mkoba wa kuosha

ghế đẩu

kinyesi

cái cân

mizani

áo choàng tắm

nguo ya kuoga

găng tay làm vệ sinh

glavu za mpira

nút gạc

kisodo

băng vệ sinh

sodo

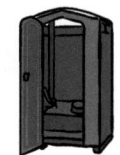

nhà vệ sinh hóa chất

kemikali choo

phòng trẻ em
chumba ya mtoto

đồng hồ báo thức
saa ya kengele
thú bông
kidoli cha kupakata
xe đồ chơi
gari bandia
cái lúc lắc
kelele
nhà búp bê
chumba cha midoli
món quà
sasa

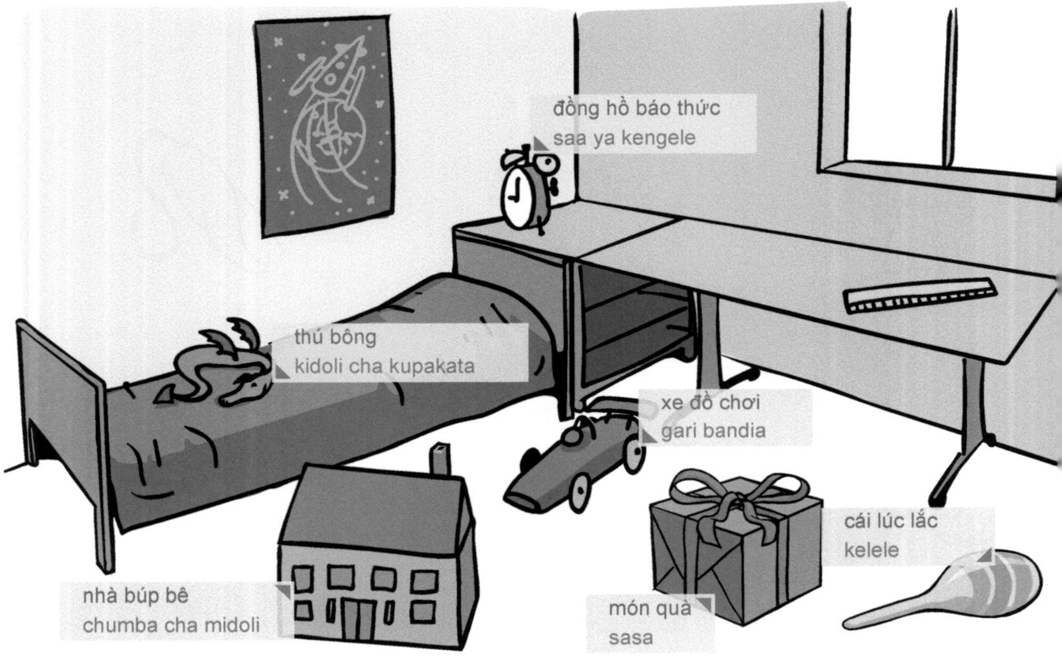

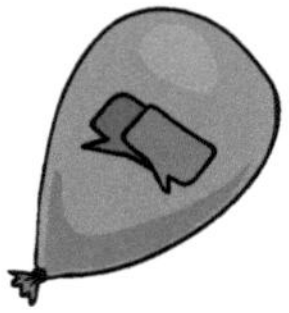

bong bóng

baluni

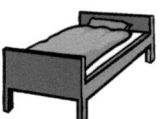

giường

kitanda

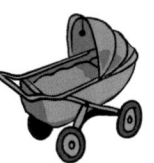

xe nôi

mashua

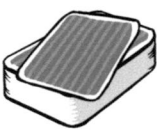

trò chơi bài

staha ya kadi

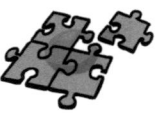

trò chơi ghép hình

mchezo-fumb

SUPER
MEGA

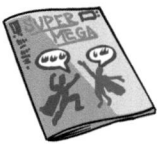

truyện tranh

vichekesho

gạch Lego

matofali lego

khối xếp hình

vitalu mwigo

nhân vật hành động

hatua takwimu

áo liền quần cho trẻ sơ sinh

suti ya kulalia

đĩa nhựa để ném

kisahani

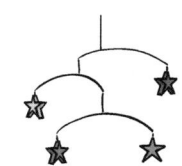

đồ chơi treo trên giường

simu

trò chơi cờ bàn

ubao wa michezo

xúc xắc

kete

đồ chơi xe lửa mô hình

garimoshi mwigo

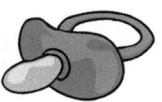

ti giả

dummy

buổi tiệc

chama

sách tranh

picha kitabu

quả bóng

mpira

búp bê

kikaragosi

chơi

kucheza

hố cát

shimo la mchanga

cái đu

bembea

đồ chơi

vitu bandia

máy chơi game cầm tay

kiweko cha video ya mchezo

xe ba bánh

baiskeli ya magurudumu

gấu bông

mwanasesere

matatu

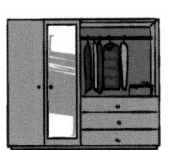

tủ quần áo

kabati

y phục

nguo

bít tất

soksi

bít tất dài

stokingi

quần tất

kibano

khăn choàng cổ
skafu

ô che mưa
mwavuli

dây thắt lưng
ukanda

áp phông
fulana

ủng
viatu

dép đi trong nhà
ndara

giày sneaker
wakufunzi

dép xăng đan
malapa

giày
viatu

ủng cao su
mabuti ya mpira

quần lót
suruali ya ndani

áo ngực
sidiria

áo vest
fulana

y phục - nguo

45

áo ôm sát cơ thể

mwili

quần dài

suruali

quần bò

dangirizi

váy

sketi

áo cánh

blauzi

áo sơ mi

shati

áo len chui đầu

vuta

áo len

sweta

áo blazer

bleza

áo jacket

jaketi

áo khoác

koti

áo mưa

koti la mvua

trang phục

maleba

áo váy

gauni

áo cưới

mavazi ya harusi

bộ com lê
suti

áo ngủ
vazi la usiku

pijama
pajama

trang phục sari
sari

khăn trùm đầu
skafu

khăn đội đầu
kilemba

áo burka
burka

áo captan
kaftan

áo aba
abaya

quần áo bơi
vazi la kuogelea

quần bơi
vazi la kiume la kuogelea

quần đùi
kaptura

quần áo tracksuit
teitei

tạp dề
aproni

găng tay
glavu

cái cúc

kifungo

kính mắt

glasi

vòng đeo tay

bangili

vòng cổ

mkufu

nhẫn

pete

hoa tai

herini

mũ lưỡi trai

kofia

cái mắc treo áo quần

kiango cha koti

mũ

kofia

cà vạt

tai

dây kéo phéc mơ tuya

zipu

mũ bảo hiểm

kofia

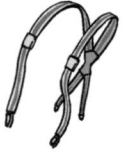

dây đeo quần

kanda za suruali

đồng phục học sinh

sare za shule

đồng phục

sare

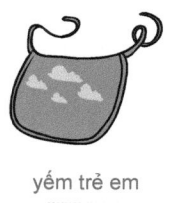

yếm trẻ em

bibu

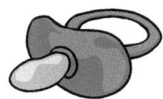

ti giả

dummy

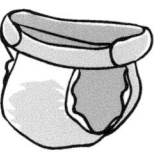

tã lót

nepi

văn phòng
ofisi

máy chủ
seva
tủ hồ sơ
kabati a kuweka faili
máy in
kichapishaji
giấy
karatasi
màn hình
kiwambo
chuột máy tính
kipanya
bàn làm việc
dawati
thư mục
folda
bàn phím
kibodi
g rác giấy
ou cha kuweka karatasi chafu
ghế
kiti
máy tính
kompyuta

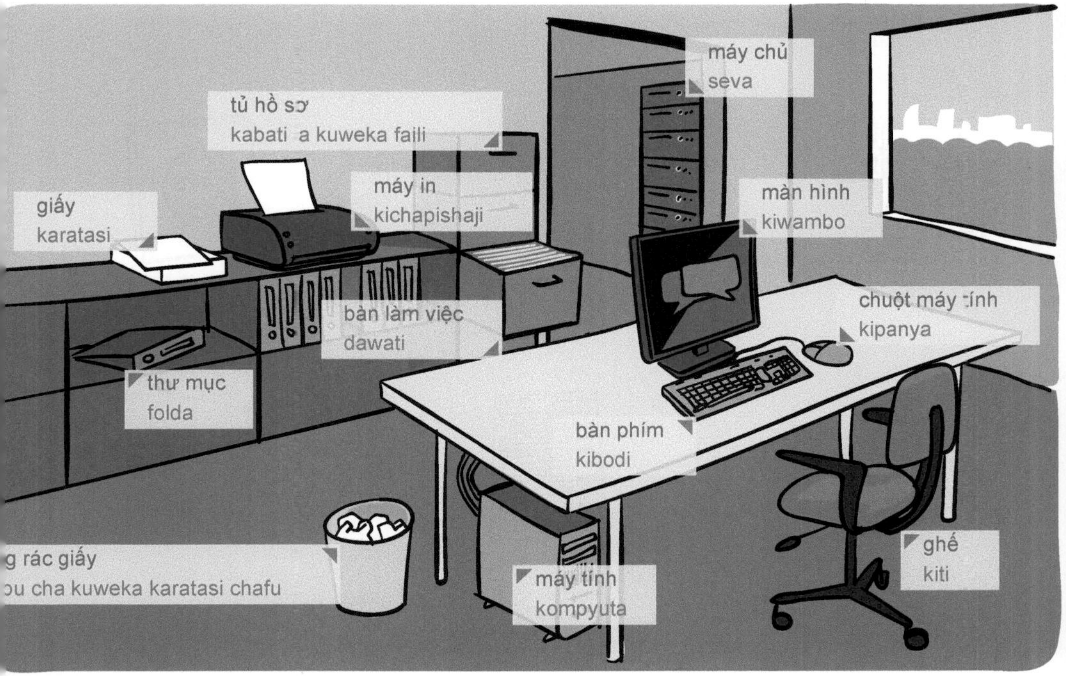

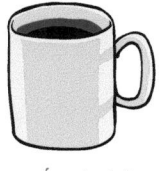

cốc cà phê

kmobe la kahawa

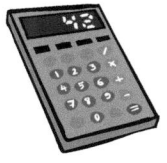

máy tính bỏ túi

kikokotoo

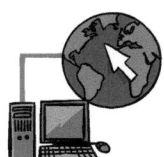

internet

biashara

laptop

mbali

thư

barua

tin nhắn

ujumbe

điện thoại di động

rununu

mạng

intaneti

máy photocopy

fotokopia

phần mềm

programu

điện thoại

simu

ổ cắm điện

soketi

máy fax

kipepesi

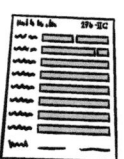

mẫu đơn

fomu

chứng từ

hati

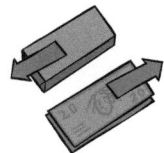

mua

kununua

trả tiền

kulipa

buôn bán

biashara

tiền

fedha

đô la

dola

Euro

yuro

yên

yeni

rúp

rouble

franc Thụy Sĩ

faranga ya Uswisi

nhân dân tệ

renminbi yuan

rupi

rupia

máy rút tiền tự động

eneo la kulipia

quầy đổi tiền

ofisi ya ubadilishanaji

vàng

dhahabu

bạc

fedha

dầu

mafuta

năng lượng

nishati

giá tiền

bei

hợp đồng

mkataba

thuế

kodi

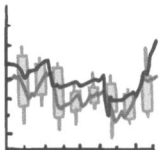

cổ phiếu

bidhaa

làm việc

kazi

nhân viên

mfanyakazi

chủ lao động

mwajiri

nhà máy

kiwanda

cửa hiệu

duka

nhân viên cảnh sát
afisa wa polisi

lính cứu hỏa
mzimamoto

đầu bếp
mpishi

bác sĩ
daktari

phi công
rubani

người làm vườn

mtunza bustani

thợ mộc

seremala

thợ may

mshonaji

chánh án

hakimu

nhà hóa học

mwanakemia

diễn viên

muigizaji

tài xế xe buýt

dereva wa basi

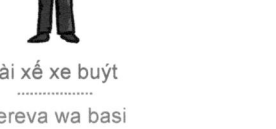

người lái taxi

dereva wa teksi

ngư dân

mvuvi

người lau dọn vệ sinh

mwanamke wa kusafisha

thợ lợp mái nhà

mwezekaji

bồi bàn

mhudumu

thợ săn

mwindaji

họa sĩ

mchoraji

thợ làm bánh

mwokaji

thợ điện

umeme

thợ xây dựng

mjenzi

kỹ sư

mhandisi

người hàng thịt

mchinjaji

thợ sửa ống nước

fundi bomba

người đưa thư

mwanaposta

người lính

mwanajeshi

kiến trúc sư

msanifu majengo

nhân viên thu ngân

keshia

người bán hoa

muuza maua

thợ cắt tóc

msusi

nhân viên soát vé

kondakta

thợ cơ khí

mekanika

thuyền trưởng

nahodha

nha sĩ

daktari wa meno

nhà khoa học

mwanasayansi

giáo sĩ Do thái

rabbi

lãnh tụ Hồi giáo

imamu

nhà sư

mtawa

mục sư

kasisi

dụng cụ
zana

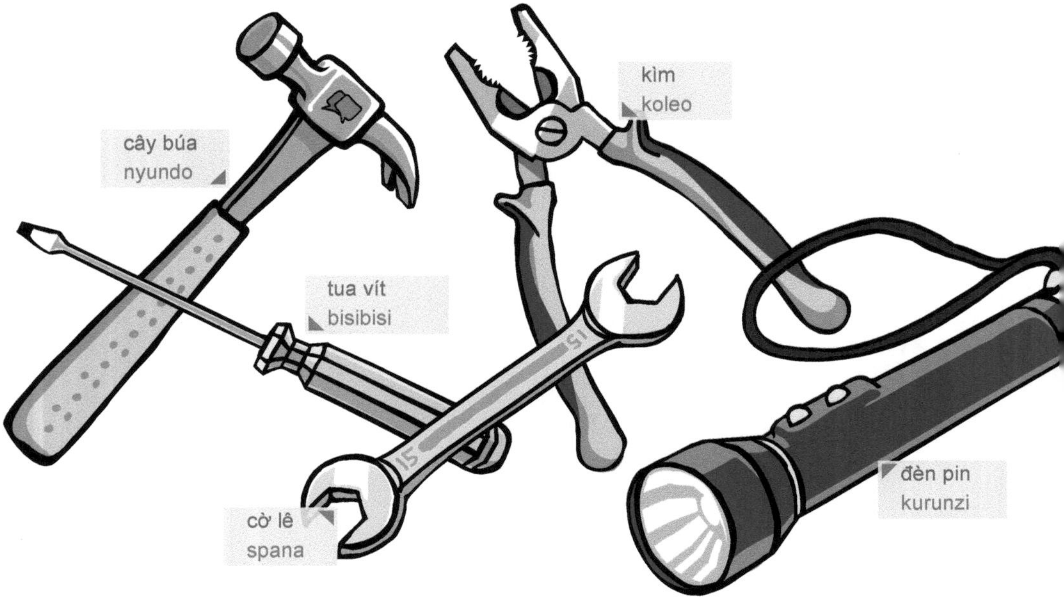
cây búa
nyundo
kìm
koleo
tua vít
bisibisi
cờ lê
spana
đèn pin
kurunzi

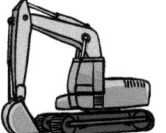

máy xúc đất

mchimbaji

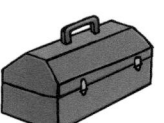

hộp dụng cụ

sanduku la vifaa

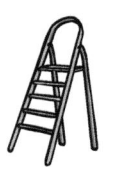

cái thang

ngazi

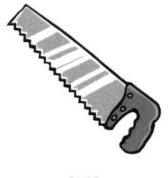

cưa

msumeno

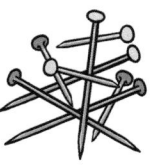

đinh

misumari

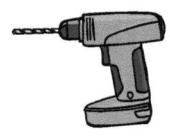

máy khoan

kuchimba visima

sửa chữa
kukarabati

cái xẻng
sepetu

khốn nạn!
Lo!

cái hót rác
kishikio cha uchafu

thùng sơn
chungu cha rangi

vít
skurubu

nhạc cụ
ala za muziki

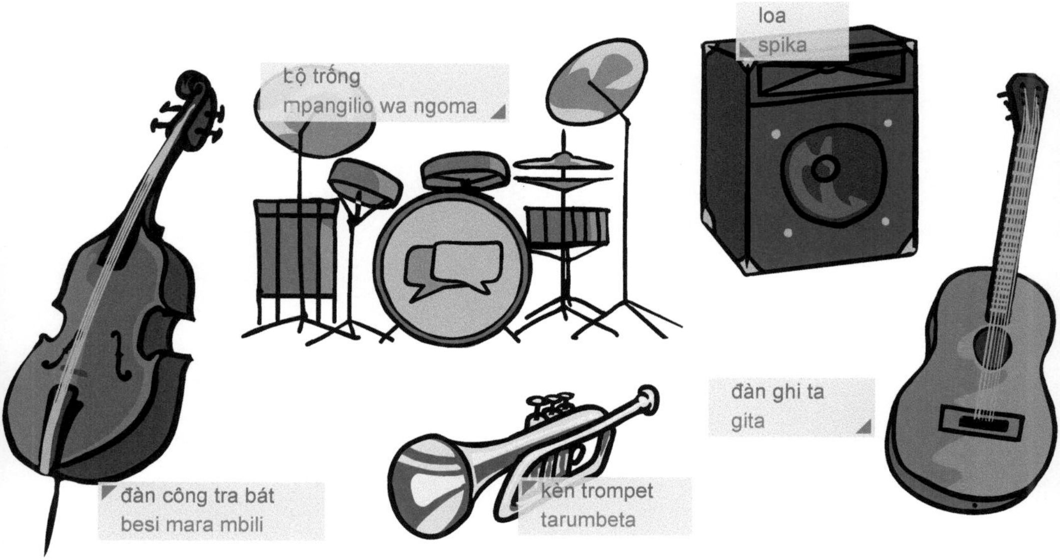

bộ trống
mpangilio wa ngoma

loa
spika

đàn ghi ta
gita

đàn công tra bát
besi mara mbili

kèn trompet
tarumbeta

đàn piano
piano

đàn vĩ cầm
fidla

ghi ta bass
ubeji

trống định âm
timpani

trống
ngoma

đàn organ
kibodi

kèn Saxophone
saksafoni

sáo
filimbi

micro
maikrofoni

vườn bách thú

bustani ya wanyama

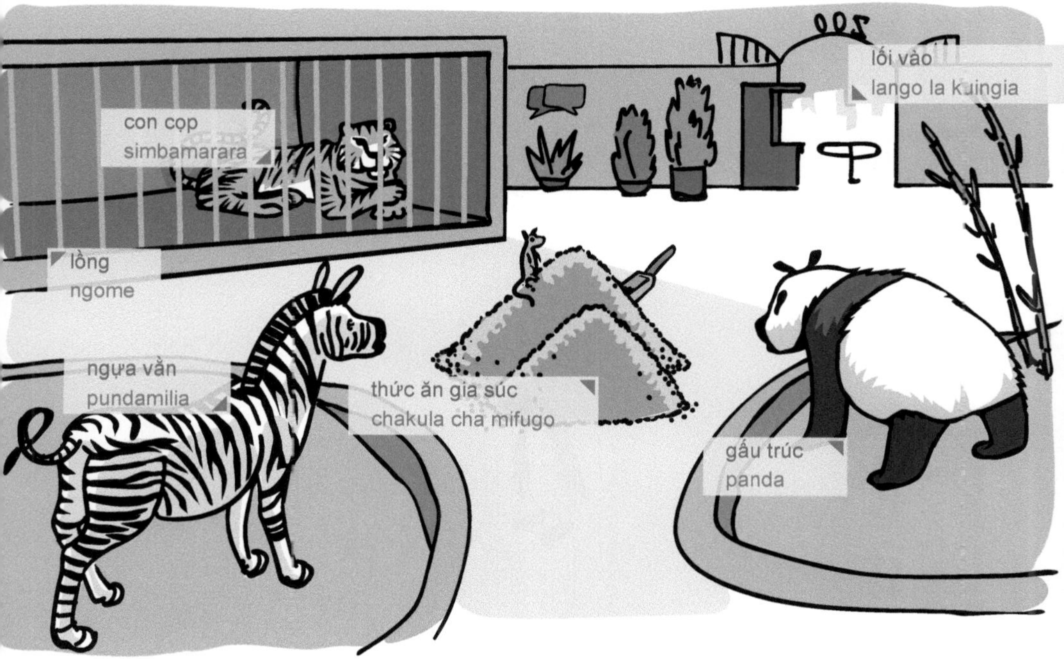

lối vào
lango la kuingia
con cọp
simbamarara
lồng
ngome
ngựa vằn
pundamilia
thức ăn gia súc
chakula cha mifugo
gấu trúc
panda

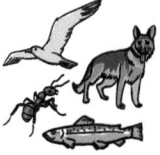

động vật

wanyama

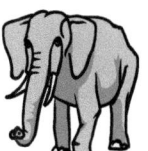

con voi

tembo

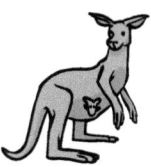

chuột túi

kangaruu

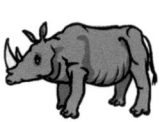

tê giác

kifaru

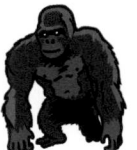

khỉ đột

sokwe

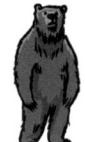

con gấu

dubu

lạc đà

ngamia

đà điểu

mbuni

sư tử

simba

con khỉ

tumbili

hồng hạc

heroe

con vẹt

kasuku

gấu bắc cực

dubu

chim cánh cụt

penguini

cá mập

papa

con công

tausi

con rắn

nyoka

cá sấu

mamba

người trông giữ vườn bách
thú

mtunza wanyama

hải cẩu

muhuri

báo đốm

jaguar

ngựa lùn
mwanafarasi

con báo
chui

hà mã
kiboko

hươu cao cổ
twiga

đại bàng
tai

heo rừng
nguruwe mwitu

cá
samaki

con rùa
kobe

hải mã
sili

con cáo
mbweha

linh dương
paa

bóng bầu dục Mỹ
soka ya marekani

đua xe đạp
uendeshaji baiskeli

quần vợt
tenisi

bóng rổ
mpira wa kikapu

bơi
kuogelea

khúc côn cầu trên băng
magongo ya barafuni

đấm bốc
ndondi

bóng đá
soka

cầu lông
vinyoya

điền kinh
riadha

bóng ném
mpira wa mikono

trượt tuyết
skii

polo
polo

các hoạt động

shughuli

cười
cheka
nhảy
kuruka
ôm
kumbatia
đi bộ
kutembea
ca hát
kuimba
mơ
ota ndoto
cầu nguyện
kuomba
hôn
busu

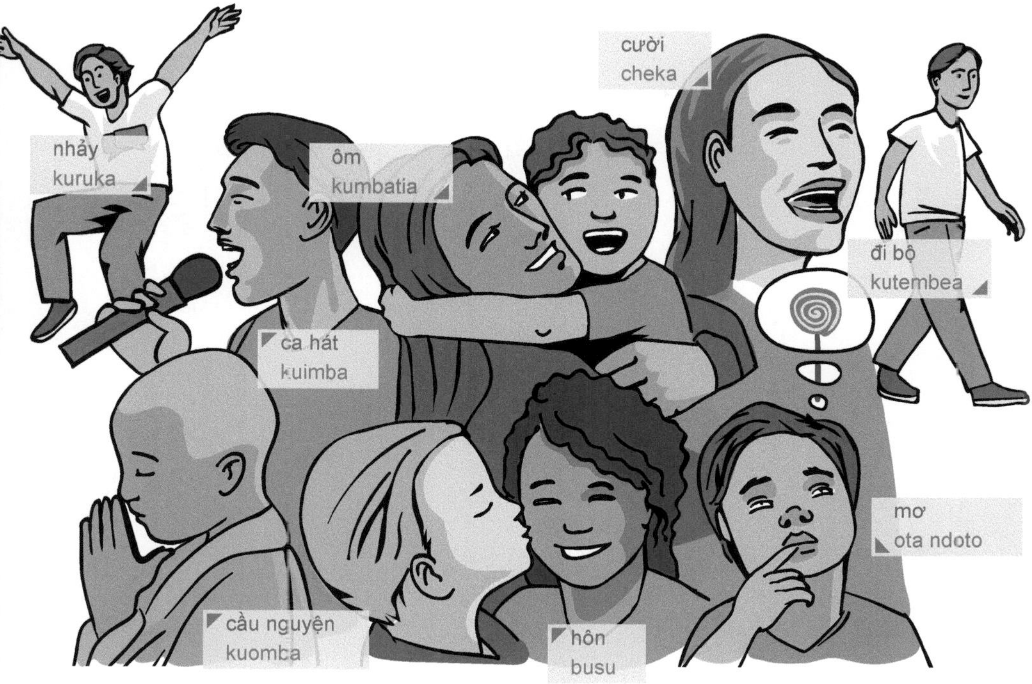

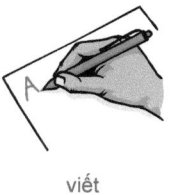

viết

kuandika

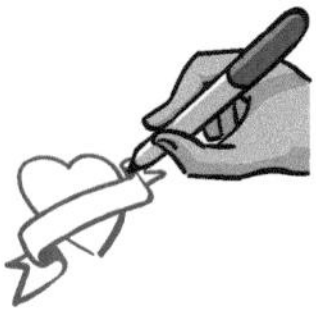

vẽ

kuteka

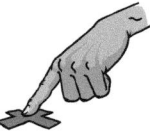

chỉ trỏ

angalia

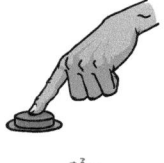

đẩy

sukuma

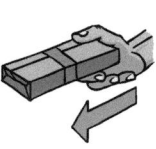

cho

kutoa

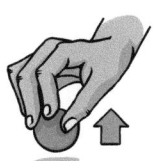

lấy đi

kuchukua

có
....
kuwa

làm
....
fanya

thì / là
....
kuwa

đứng
....
kusimama

chạy
....
kukimbia

kéo
....
vuta

ném
....
kutupa

rơi
....
kuanguka

nằm
....
hadaa

chờ đợi
....
kusubiri

mang vác
....
kubeba

ngồi
....
kukaa

mặc quần áo
....
vaa nguo

ngủ
....
usingizi

thức dậy
....
kuamka

xem

kuangalia

khóc

lia

vuốt ve

kiharusi

chải

chana nywele

nói chuyện

ongea

hiểu

kuelewa

câu hỏi

kuuliza

nghe

kusikiliza

uống

kunywa

ăn

kula

dọn dẹp

nadhifisha

yêu

upendo

nấu nướng

mpishi

lái xe

gari

bay

kuruka

đi thuyền buồm

meli

tính toán

kokotoa

đọc

kusoma

học

kujifunza

làm việc

kazi

cưới

kuoa

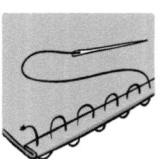

khâu vá

kushona

đánh răng

piga mswaki

giết

kuua

hút thuốc

moshi

gửi đi

kutuma

gia đình
familia

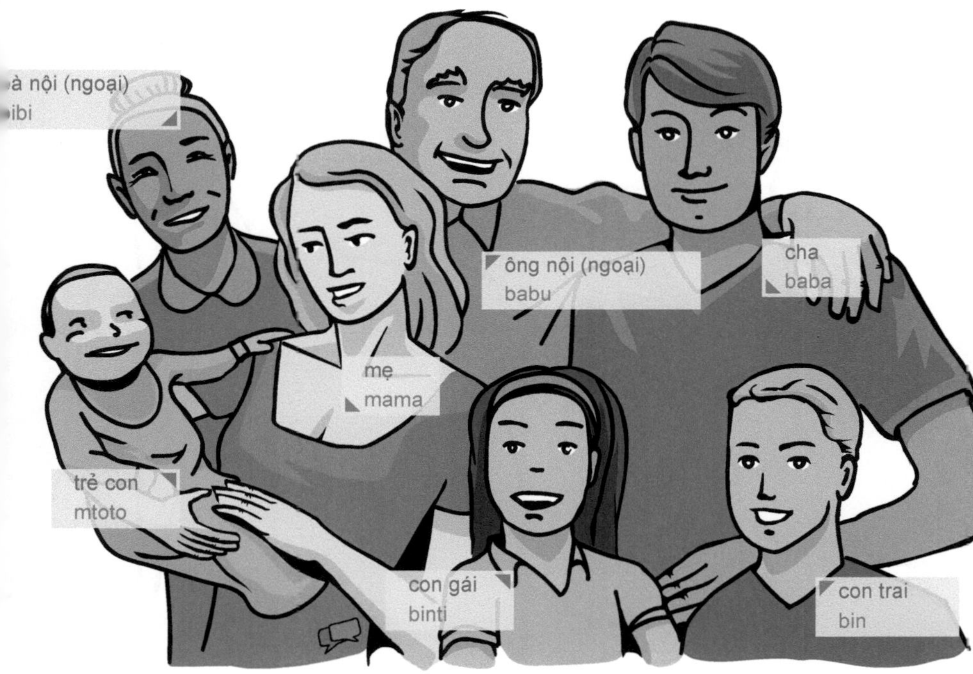

à nội (ngoại)
ibi
ông nội (ngoại)
babu
cha
baba
mẹ
mama
trẻ con
mtoto
con gái
binti
con trai
bin

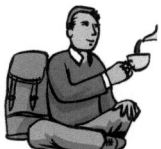

khách

mgeni

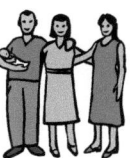

cô (dì)

shangazi

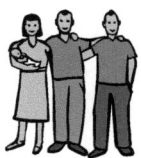

chú, bác (cậu)

mjomba

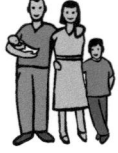

anh (em) trai

kaka

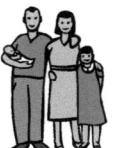

chị (em) gái

dada

cơ thể

mwili

trán
paji la uso
mắt
jicho
vai
bega
ngón tay
kidole
mặt
uso
cằm
kidevu
bàn tay
mkono
chân
mguu
ngực
matiti
cánh tay
mkono

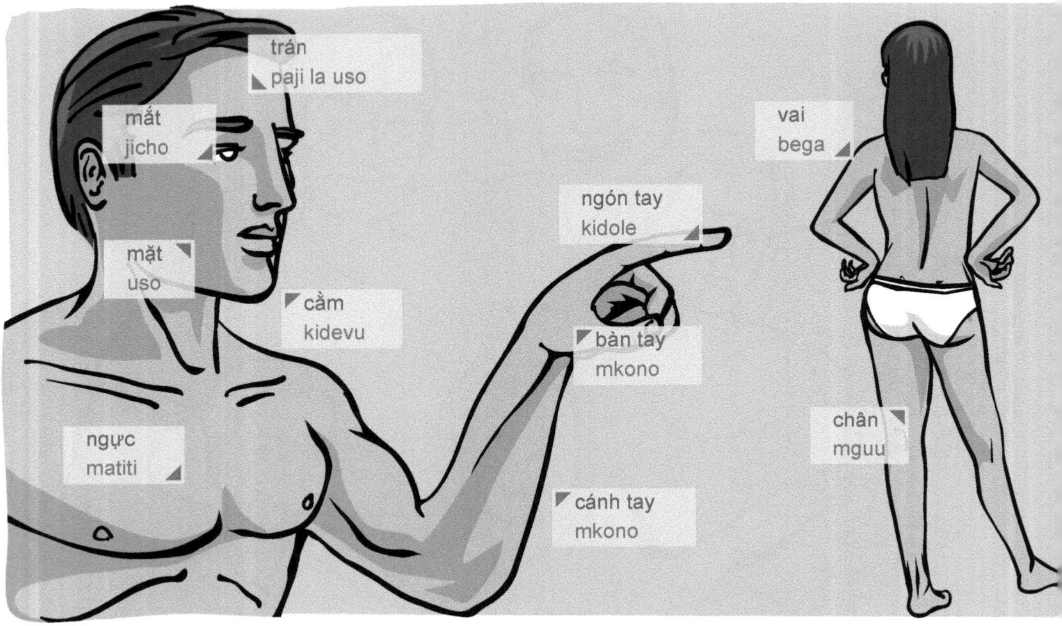

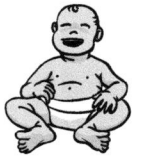

trẻ con

mtoto

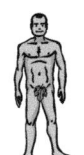

đàn ông

mwanamume

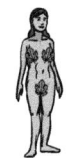

phụ nữ

mwanamke

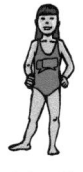

bé gái

msichana

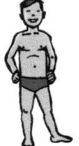

bé trai

mvulana

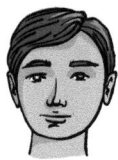

đầu

kichwa

lưng

nyuma

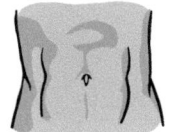

bụng

tumbo

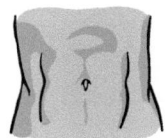

rốn

kitovu

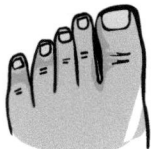

ngón chân

chano

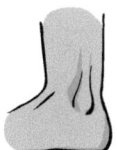

gót chân

kisigino

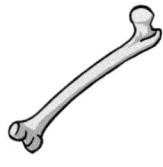

xương

mfupa

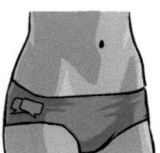

hông

nyonga

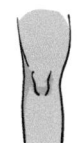

đầu gối

goti

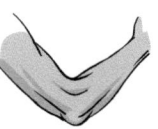

khuỷu tay

kiwiko

mũi

pua

mông

chini

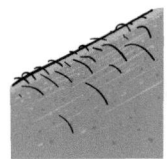

da

ngozi

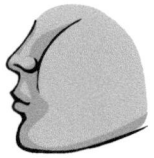

má

shavu

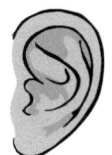

tai

sikio

môi

mdomo

miệng

kinywa

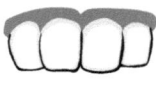

răng

jino

lưỡi

ulimi

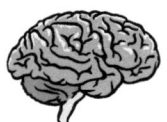

não

ubongo

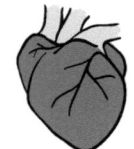

tim

moyo

cơ bắp

misuli

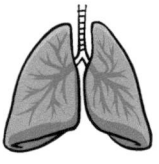

phổi

pafu

gan

ini

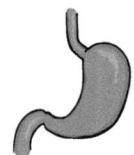

dạ dày

tumbo

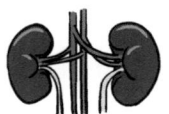

thận

figo

giao hợp

jinsia

bao cao su

kondomu

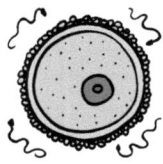

noãn

ovari

tinh dịch

shahawa

mang thai

mimba

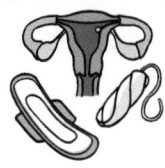

kinh nguyệt
hedhi

âm vật
uke

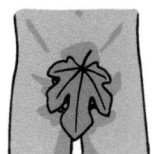

dương vật
uume

lông mày
unyusi

tóc
nywele

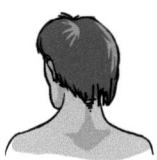

cổ
shingo

bệnh viện
hospitali

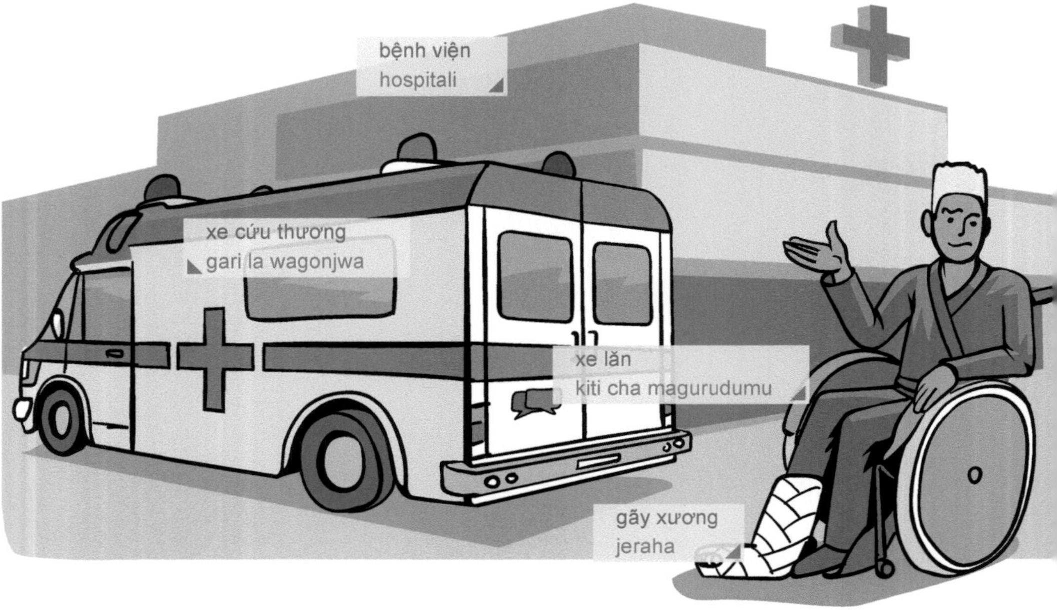

bệnh viện
hospitali
xe cứu thương
gari la wagonjwa
xe lăn
kiti cha magurudumu
gãy xương
jeraha

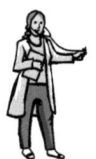

bác sĩ

daktari

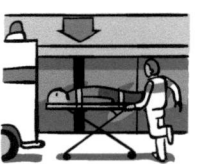

phòng cấp cứu

chumba cha dharura

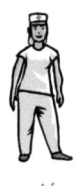

y tá

muuguzi

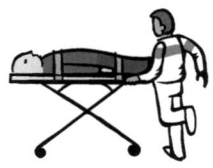

cấp cứu

dharura

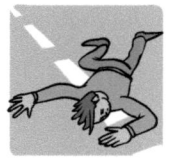

bất tỉnh

kupoteza fahamu

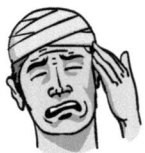

cơn đau

maumivu

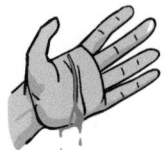

bị thương

kuumia

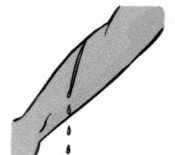

chảy máu

kutokwa na damu

nhồi máu cơ tim

mshtuko wa moyo

đột quỵ

kiharusi

dị ứng

mzio

ho

kikohozi

sốt

homa

cúm

mafua

tiêu chảy

kuharisha

đau đầu

maumivu ya kichwa

ung thư

kansa

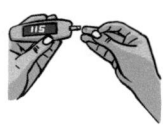

bệnh tiểu đường

ugonjwa wa kisukari

bác sĩ phẫu thuật

daktari mpasuaji

dao mổ

kisu kidogo cha kupasulia

giải phẫu

operesheni

chụp cắt lớp

picha changanufu ya mwili

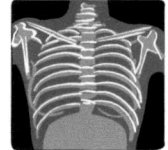

chụp x-quang

Eksrei

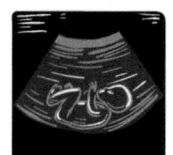

siêu âm

mawimbi sauti

mặt nạ

barakoa ya uso

bệnh

ugonjwa

phòng đợi

chumba cha kusubiri

cái nạng

mkongojo

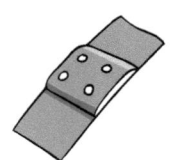

băng dán vết thương

plasta

băng bó

bendeji

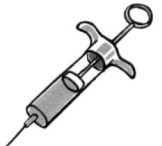

tiêm thuốc

sindano

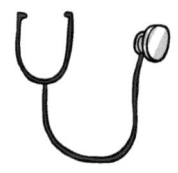

ống nghe khám bệnh

stetoskopu

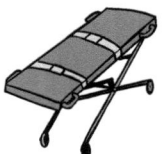

băng ca

machela

nhiệt kế

kipimajoto cha kliniki

sinh đẻ

kuzaliwa

thừa cân

unene kupita kiasi

máy trợ thính

kusikia misaada

chất khử trùng

kipukusi

nhiễm trùng

maambukizi

vi rút

virusi

HIV / AIDS

VVU / UKIMWI

thuốc

dawa

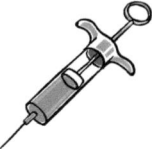

tiêm chủng

chanjo

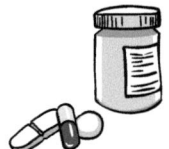

thuốc viên

vidonge

viên thuốc

kidonge

gọi cấp cứu

simu ya dharura

máy đo huyết áp

haemodainamometa

bệnh / khỏe mạnh

mgonjwa / mwenye afya

cứu!

Msaada!

báo động

kengele

cuộc đột kích

pigo

sự tấn công

shambulizi

mối nguy hiểm

hatari

lối thoát hiểm

lango la dharura

cháy!

Moto!

bình chữa cháy

kizima moto

tai nạn

ajali

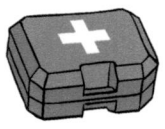

bộ dụng cụ sơ cứu

vifaa vya huduma ya kwanza

SOS

wito wa msaada

cảnh sát

polisi

châu Âu

Ulaya

Bắc Mỹ

Amerika ya Kaskazini

Nam Mỹ

Amerika ya Kusini

châu Phi

Afrika

châu Á

Asia

châu Úc

Australia

Đại Tây Dương

Atlantiki

Thái Bình Dương

Pasifiki

Ấn Độ Dương

Bahari ya Hindi

Nam Cực Dương

Bahari ya Antaktiki

Bắc Băng Dương

Bahari ya Aktiki

bắc cực

Ncha ya Kaskazini

nam cực

Ncha ya Kusini

nam cực

Antaktika

trái đất

dunia

đất liền

nchi

biển

bahari

đảo

kisiwa

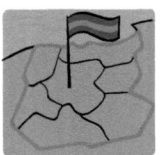

quốc gia

taifa

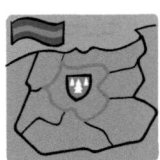

nhà nước

jimbo

mặt đồng hồ

uso wa saa

kim chỉ giờ

akrabu ya saa

kim chỉ phút

akrabu ya dakika

kim chỉ giây

akrabu ya sekunde

Bây giờ là mấy giờ?

Ni saa ngapi?

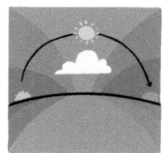

ngày

siku

thời gian

wakati

bây giờ

sasa

đồng hồ điện tử

saa ya dijitali

phút

dakika

giờ

saa

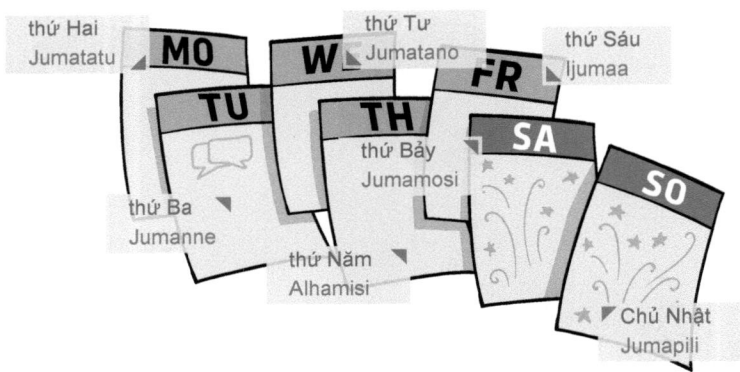

thứ Hai
Jumatatu

thứ Tư
Jumatano

thứ Sáu
Ijumaa

thứ Ba
Jumanne

thứ Bảy
Jumamosi

thứ Năm
Alhamisi

Chủ Nhật
Jumapili

hôm qua

jana

hôm nay

leo

ngày mai

kesho

buổi sáng

asubuhi

buổi trưa

saa sita mchana

buổi tối

jioni

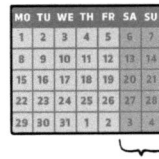

ngày làm việc

siku za biashara

cuối tuần

mwishoni mwa wiki

năm
mwaka

mưa
mvua
cầu vồng
upinde wa mvua
gió
upepo
tuyết
theluji
mùa xuân
majira ya machipuko
mùa hè
kiangazi
mùa thu
vuli
mùa đông
majira ya baridi

4.APRIL 11°
5.APRIL 4°
6.APRIL 13°
7.APRIL 8°
8.APRIL 10°

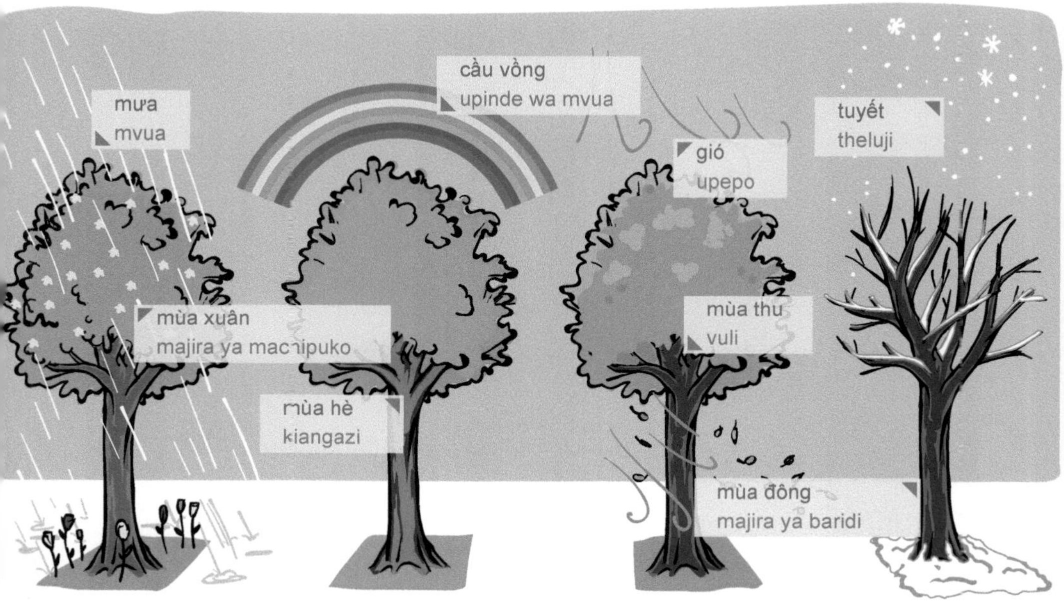

dự báo thời tiết

utabiri wa hali ya hewa

F C
120 90 60 30 0 -30
40 30 20 10 0 -10 -20

nhiệt kế

kipimajoto

ánh nắng

mwanga wa jua

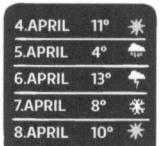

mây

wingu

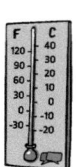

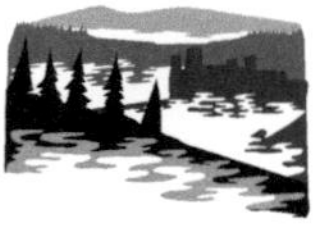

sương mù

ukungu

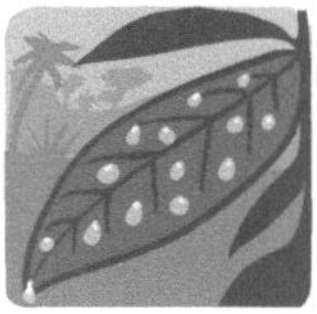

độ ẩm không khí

unyevu

tia chớp

umeme

sấm sét

radi

cơn bão

dhoruba

mưa đá

mvua ya mawe

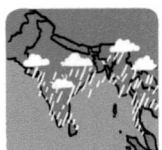

gió mùa

monsuni

lũ lụt

mafuriko

nước đá

barafu

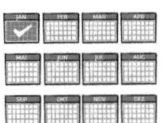

tháng Một

Januari

tháng Hai

Februari

tháng Ba

Machi

tháng Tư

Aprili

tháng Năm

Mei

tháng Sáu

Juni

tháng Bảy

Julai

tháng Tám

Agosti

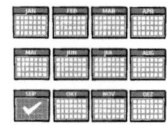

tháng Chín
....
Septemba

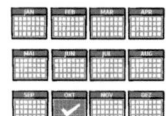

tháng Mười
....
Oktoba

tháng Mười Một
....
Novemba

tháng Mười Hai
....
Desemba

hình dạng
maumbo

hình tròn
....
mduara

hình vuông
....
mraba

hình chữ nhật
....
mstatili

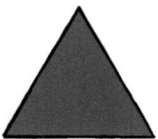

hình tam giác
....
pembetatu

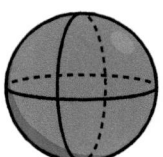

hình cầu
....
nyanja

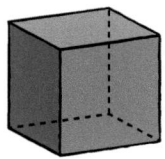

khối vuông
....
mchemraba

màu trắng

nyeupe

màu vàng

manjano

màu cam

chungwa

màu hồng

rangi ya waridi

màu đỏ

nyekundu

màu tím

hudhurungi

màu xanh dương

bluu

màu xanh lá cây

kijani

màu nâu

hanja

màu xám

jivujivu

màu đen

nyeusi

nhiều / ít

mengi / kidogo

tức tối / điềm tĩnh

hasira / pole

xinh đẹp / xấu xí

nzuri / mbaya

bắt đầu / kết thúc

mwanzo / mwisho

to / nhỏ

kubwa / ndogo

sáng / tối

angavu / giza

anh (em) trai / chị (em) gái

kaka / dada

sạch / bẩn

safi / chafu

đủ / thiếu

kamilika / tokamilika

ngày / đêm

siku / usiku

chết / sống

wafu / hai

rộng / chật hẹp

pana / nyembamba

ăn được / không ăn được

kulika / kutolika

ác / tử tế

ovu / ema

hào hứng / chán nản

sisimkwa / udhika

béo / gầy

nene / nyembamba

đầu tiên / cuối cùng

kwanza / mwisho

bạn / thù

rafiki / adui

đầy / rỗng

jaa / tupu

cứng / mềm

ngumu / laini

nặng / nhẹ

nzito / nyepesi

đói / khát

njaa / kiu

bệnh / khỏe mạnh

mgonjwa / mwenye afya

bất hợp pháp / hợp pháp

haramu / kisheria

thông minh / ngu

akili / kijinga

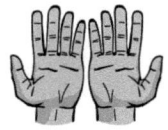

trái / phải

kushoto / kulia

gần / xa

karibu / mbali

mới / cũ

mpya / kutumika

không có gì cả / có cái gì đó

kitu / jambo

già / trẻ

zee / changa

bật / tắc

waka / zima

mở / đóng

wazi / fungwa

im lặng / ồn ào

utulivu / kelele

giàu / nghèo

tajiri / masikini

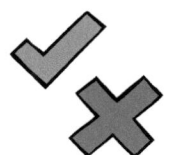

đúng / sai

sahihi / kosa

sần sùi / mịn màng

mbaya / laini

buồn / vui

huzunika / furahia

ngắn / dài

fupi /ndefu

chậm / nhanh

polepole / haraka

ẩm ướt / khô ráo

nyevu / kavu

ấm áp / mát mẻ

joto / baridi

chiến tranh / hòa bình

vita / amani

đối lập - kinyume

0

số không

sufuri

1

một

moja

2

hai

mbili

3

ba

tatu

4

bốn

nne

5

năm

tano

6

sáu

sita

7

bảy

saba

8

tám

nane

9

chín

tisa

10

mười

kumi

11

mười một

kumi na moja

12
mười hai

kumi na mbili

13
mười ba

kumi na tatu

14
mười bốn

kumi na nne

15
mười lăm

kumi na tano

16
mười sáu

kumi na sita

17
mười bảy

kumi na saba

18
mười tám

kumi na nane

19
mười chín

kumi na tisa

20
hai mươi

ishirini

100
một trăm

mia

1.000
một ngàn

elfu

1.000.000
một triệu

milioni

tiếng Anh

Kiingereza

tiếng Anh Mỹ

Kiingereza cha Marekani

tiếng Quan Thoại

Kimandarini cha Uchina

tiếng Hin-di

Kihindi

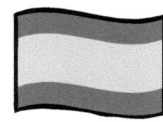

tiếng Tây Ban Nha

Kihispania

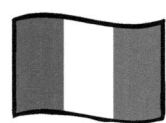

tiếng Pháp

Kifaransa

tiếng Ả-rập

Kiarabu

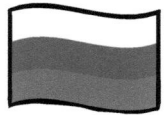

tiếng Nga

Kirusi

tiếng Bồ Đào Nha

Kireno

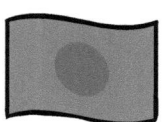

tiếng Bengal

Kibengali

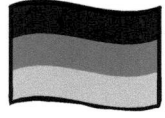

tiếng Đức

Kijerumani

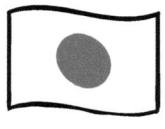

tiếng Nhật

Kijapani

tôi

mimi

bạn

wewe

anh ta / cô ta / nó

yeye / yeye / ni

chúng tôi

sisi

các bạn

wewe

họ

wao

ai?

nani?

cái gì?

nini?

như thế nào?

jinsi gani?

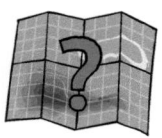

ở đâu?

wapi?

lúc nào?

lini?

tên

jina

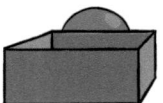

phía sau

nyuma

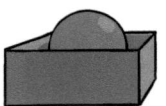

ở trong

katika

phía trước

mbele ya

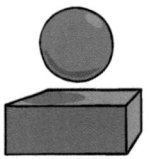

phía trên

juu ya

ở trên

kwenye

ở dưới

chini ya

bên cạnh

kando

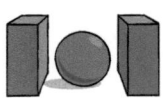

ở giữa

kati

chỗ

mahali